త్సోమో యొక్క మోమో

నివేదిత సుబ్రమణ్యం

అనువాదం లలిత మోహన్

Tsomo Yokka Momo (Telugu)

ISBN 978-93-5046-432-8

First published in India, 2013
Reprinted in 2017

Originally in English

Published by
Tulika Publishers, 24/1 Ganapathy Colony Third Street, Teynampet, Chennai 600 018, India
email tulikabooks@vsnl.com *website* www.tulikabooks.com

Printed and bound by
the ind-com press, No. 70, Thyagaraya Road, T.Nagar, Chennai 600 017, India

తోన్సమో వాళ్ళ అమ్మ మోమో తయారు చేసారు.

అది ఒక పెద్ద మోమో.

తోస్నమో కన్నా పెద్ద మోమో.

"నాకా?" అడిగింది తోస్మమో.

తోస్మమో వాళ్ళ అమ్మకు తోస్మమో కనిపించలేదు.

"నీకే," మోమో వెనుక నుంచి వస్తున్న కంఠస్వరానికి

బదులు చెప్పారు వాళ్ళ అమ్మ.

“నాకు యింకా కావాలి.”

"ఇంకొక మోమో?"

"అవును!"

"కాని అది పెద్ద మోమో, తోస్మో."

“అది పెద్ద మోమోనే...” అంది తోస్మెమో.

“కాని నాకు చందమామ అంత పెద్ద మోమో కావాలి!”

"ఇది మొదట తిను," అన్నారు వాళ్ళ అమ్మ.
"ఆ తర్వాత నీకు యింకొకటి చేస్తాను."

"నేను దాన్ని తినేస్తాను," అంది తోస్మో.
"నువ్వు అది చెయ్."

"నేను తొం...దరగా తినేస్తాను."
"త్వరగా తినేసెయ్."

వాళ్ళ అమ్మ ఒక కోపా వెన్న వేసిన తేనీరు తెచ్చుకోడానికి వెళ్ళినప్పుడు త్సేమో మోమో తినడం ప్రారంభించింది.

మోమో దివ్యంగా వుంది.

అల్లం ఘాటుతో. వెల్లుల్లి వాసనతో. వేళ్ళు చప్పరించేలా వుంది.

పుట్ట గొడుగుల రుచి మ్...మ్...

కాబేజి ఆ...హ

పచ్చిమిరప నంజుడు ఊ...

"మ్...ఆ...ఊ...!" అంది త్సేమో.

“ఆ మోమోను పూర్తిగా తినేసేటట్టుంది,” అనుకున్నారు వాళ్ళ అమ్మ తేనీరు తాగుతూ.

తోస్మో అలాగే చేసింది.

“తోసెమో?” వంటింట్లోంచి పిలిచింది వాళ్ళ అమ్మ.

జవాబు లేదు.

“అక్కడ వున్నావా?”

జవాబు లేదు.

వాళ్ళ అమ్మ వంటింట్లోంచి వచ్చారు.

అక్కడ ఒక పెద్ద మోమో కూర్చొని వుంది.

పెద్దగా వుంది. గుండ్రంగా వుంది. చిరునవ్వుతో వుంది.

ఆకాశంలో చంద్రుడు ప్రకాశవంతంగా వెలుగుతున్నాడు.
తోస్రమో వాళ్ళమ్మ కూని రాగం తీసారు.

చందమామ చందమామ మోమో!

నీపేరు తోస్రమోనా?

చందమామ చందమామ మోమో!

నీ పేరు తోస్రమోనా?

“అవును!” అంది చందమామ లాంటి తోస్నెమో.